புல்லாங்குழலிசையில் நகர்கிற ரயில் பெட்டிகள்

ரவிஉதயன்

வம்சி

புல்லாங்குழலிசையில் நகர்கிற ரயில் பெட்டிகள்
: கவிதைகள்
ஆசிரியர் : ரவிஉதயன்
: © ஆசிரியருக்கு
முதற்பதிப்பு : ஜூலை 2016
அட்டைப்புகைப்படம் : நன்றி : ஸ்டீவ் மெக்குரி
வெளியீடு : வம்சி புக்ஸ்
19, டி.எம்.சாரோன்,
திருவண்ணாமலை - 606 601
9445870995, 04175-235806
அச்சாக்கம் : மணி ஆப்செட், சென்னை - 600 077
விலை : ₹ 80/-
ISBN : 978-93-84598-29-7

Pullankuzhalisail Nagarkira Rail Pettigal
: Poems
Author : Ravi Uthayan
: © Author
First Edition : July - 2016
Cover Photo : Thanks : Steve Meccury
Published by : Vamsi books
19.D.M.Saron,
Tiruvannamalai - 606 601
9445870995, 04175 - 235806
Printed by : Mani Offset, Chennai - 600 077
: ₹ 80/-
ISBN : 978-93-84598-29-7

www.vamsibooks.com - e-mail: vamsibooks@yahoo.com

அண்ணன் 'அக்னி' தங்கவேல்
ஐயா கே.கே. பாலுசாமி
அவர்களுக்கு...

நன்றி

கவிதைகளை வெளியிட்ட
உயிர்மை, உயிர் எழுத்து, நவீன விருட்சம்,

முன்னுரை வழங்கிய ஆசான் கலாப்ரியா,

நல்ல கவிதைகளை வாரி அணைத்துக்கொள்கிற
வண்ணதாசன், மனுஷ்யபுத்திரன், ராஜீ சிவசுப்ரமணியம்,
சசிகலா பாபு, கார்த்தி திலகன், க. மோகனரங்கன், மனோகரன்,
புகைப்பட ஓவியர். எஸ்.ஆர்., நாச்சியாள் சுகந்தி, க. வேதநாயகம்,
பாலசுப்ரமணியன்,

தொகுப்பை வெளியிடுகிற
கே.வி. ஷைலஜா, பவாசெல்லதுரை வம்சி புக்ஸ்
திருவண்ணாமலை

ரவி உதயன் (1966)

ஈரோட்டில் 1966 ஆம் ஆண்டு பிறந்த ரவி உதயனின் இயற்பெயர். ரவி. இவர் துணிவணிகம் செய்து வருகிறார்.

இவரது நூல்கள்

2002 பழகிக்கிடந்த நதி (கவிதை)

2006 இலக்கியச் சுவடுகள் (கட்டுரை)

2013 இறகுகளைச் சேமிக்கிறவன் பறவையாகிறான். (கவிதை)

2016 புல்லாங்குழல் இசையில் நகர்கிற ரயில் பெட்டிகள் (கவிதை)

சுஜாதா அறக்கட்டளை - உயிர்மையின் 2014ஆம் ஆண்டிற்கான சிறந்த கவிதைத் தொகுப்பு விருதைப் பெற்றுள்ளார்.

வெது வெதுப்பு நீங்காத கவிதைகள்

சகோதரர் ரவி உதயனின் மூன்றாவது தொகுப்பு இது என்று நினைக்கிறேன். அவரது முதல் தொகுதி ''பழகிக் கிடந்த நதி'', இரண்டாவது'' இறகுகளைச் சேமிக்கிறவன் பறவையாகிறான்''. இரண்டு தலைப்புகளும் தன்னளவிலேயே ஒரு படிமத்தை நிகழ்த்திக் காட்டுவன போல அமைந்திருக்கும். மூன்றாவது தொகுப்பான 'புல்லாங்குழல் இசையில் நகர்கிற ரயில் பெட்டிகள்'' என்பதுவும் ஒரு படிமத்தை நிகழ்த்திக் காட்டுகிற ஒன்றுதான். இப்படிச் சொல்கையில் அந்தச் சொற்கூட்டங்கள் நம் சிந்தனைக்குள் ஒரு நதியின் குளிர்ச்சியை, இறகின் வருடலை, ரயில் பார்க்கும் குதூகலத்தை மீட்டு வருவதையே குறிக்கிறேன். ஒரு பேராற்றின் படித்துறையின் மேல்ப் படிகளில் நின்று பேத்திக் குழந்தைக்கு ஆற்றுப் பாலத்தில் செல்லும் ரயிலைக் காண்பித்துக் கொண்டிருந்தேன். அது சொல்லிற்று எவ்வளவு பெரிய மௌத் ஆர்கன் தாத்தா. ரயிலை மௌத் ஆர்கனாகப் பார்க்கும் அவளது கற்பனையைக் கேட்டதும் ஆறே படிகள் ஏறி கால் நனைத்து ஓடுவது போல ஒரு உணர்வு. இப்படி நதிக் குளிர்ச்சியை கரையெற்றி காலடிக்குக் கொண்டு வருவதுதான் ஒரு கவிதை செய்யும் காரியம். அதை இந்தத் தொகுப்பில் பல முறை உணர முடிந்தது.

இசைக்கு இளகாதவன் கொலையும் செய்வான் என்று பிரபலமான சேக்ஷ்பியரின் வரி ஒன்று உண்டு. இதை, நான் புகுமுக வகுப்பு பயிலும்போது என்னுடைய கல்லூரி ஆங்கிலப் பேராசிரியர் ஒருவர் அடிக்கடி சொல்லுவார். அவர் சொல்லுவதை நான் பரிபூரணமாக உணர்ந்தாலும், இவர் என்ன அடிக்கடி இதைச் சொல்லுகிறார் என்று

யோசிப்பேன். அவரை ஒரு நாள் தற்செயலாக பெரிய தேவாலயத்தில் - நான் அங்கு போனது ஒரு சினேகிதியின் பின்னால்- அற்புதமாக ஆர்கன் வாசிக்கக் கேட்ட போது, 'ஆகா பேராசிரியர் இதைச் சொல்லுவதற்கு முழுத் தகுதியுடையவர்தான்', என்று தோன்றியது. அவ்வளவு பாந்தவ்யமாக வாசித்துக் கொண்டிருந்தார். சிநேகிதியிடம் அப்புறம் சொன்னேன் எங்க ப்ரொஃபஸர் பிரமாதமா வாசிக்கிறாரே.

"ஏய் ஒனக்கு இதெல்லாம் கூடப் புரியுமா." என்று கிண்டலடித்தாள். அவளே,' ஏய் நீ இப்ப கவிதையெல்லாம் எழுதறியாமே, தீபம் இதழில் பார்த்ததாக இவ அப்பா சொன்னார்." என்றும் பிற்காலத்தில் இடுப்புக் குழந்தையைக் காட்டிக் கொண்டு சொன்னாள். ஒவ்வொரு முறை அந்தப் பேராலயத்தைக் கடக்கிற போதும் சினேகிதியும் கைக்குழந்தையும் பேராசிரியரின் இசையும் இந்த சேக்ஷ்பியரின் வாக்கியமும் நினைவுக்கு வரும். காலம் உறைந்து நிற்கும். அது வேறு கதை, அது இருக்கட்டும். இப்போது ஏன் இந்த ஞாபகம் வந்தது என்று கேட்டால் பூவைக் கண்ணுறும் போது அதன் ஞாபக வாசனையை நுகர்ந்து விடுகிறோம் என்கிற ரவியின் கவிதை கிளர்த்திய நினைவுகள்தான் இவை

"Only the very weak - minded refuse to be influenced by literature and poetry" என்று Cassandra Clare, சொல்வது போல பலகீனமான மூளைக்காரனைக் கவிதை பாதிப்பதே இல்லை. அதற்கொரு மூளை பலம் வேண்டும் என்கிறார் போலும் Cassandra Clare. ஆனால் அப்படி மூளை வலுவற்ற ஆட்களைக் கூடக் கவர்ந்து விடுபவை ரவியின் இந்த சின்னச் சின்னக் கவிதைகள். ஏனெனில் இவை வாழ்க்கையிலிருந்து, சாதாரணனின் வாழ்க்கையிலிருந்து புறப்பட்ட கவித் தெறிப்புகள்.

சரியான முகவரியை

நீங்கள் கூறியிருந்தால்

அந்த வீட்டை நான்

தொலைத்திருக்க மாட்டேன்.- என்று ஒரு கவிதை.

இதில் தொலைத்திருக்க மாட்டேன் என்கிற வார்த்தைகள்தான் இதை நல்ல கவிதையாக்குகிறது. அல்லது ரவியை ஒரு தேர்ந்த கவிஞனாக்குகிறது. வெறுமனே அந்த வீட்டை நான் கண்டு பிடித்திருப்பேன் என்று இருந்தால் இது மிகச் சாதாரணத்திலும் சாதாரண வாக்கியம். மேலும் ஒரு வீட்டைக் கண்டு பிடிக்க முடியவில்லை என்பது மட்டும் இந்த வரிகளின் வெற்றுச் செய்தியில்லை.

நிஜமாகவே கவிஞன் அந்த ஏமாற்றத்தின் மூலம் பெரிதாக எதையாவது இழந்த அனுபவம் இருந்திருக்கக் கூடும். எனக்குத் தெரிந்த நண்பன் ஒருவன், வேலைக்காக முக்கியமான சிபாரிசுக் கடிதத்துடன் சென்னைக்கு ஒருவரைப் பார்க்கப் போயிருந்தான். அவர் அந்தத் துறையின் மிக உயரிய செயற்பொறியாளர். இவன் போன நேரம் வீடு பூட்டி இருந்தது. பின்னிரவு வரை நொடிப் பொழுது கூட அகலாது காத்துக் கிடந்தும் வீட்டிற்கு ஆளே வரவில்லை. மறுநாளும் முயற்சியைத் தொடர்ந்த போது தற் செயலாக வந்த தபால்காரரிடம் விசாரித்திருக்கிறான். அவர்,

அடடா அவர்கள் வீடு மாற்றிப் போய் பல நாட்களாயிற்றே, இந்தா புது முகவரி என்று தந்தார். அதைத் தேடிக் கண்டு பிடிக்கும் போது அந்த வேலையை இன்னொருவருக்கு நேற்றுத்தான் வழங்கி விட்டதாக அந்த அதிகாரி வருத்தப்பட்டாராம். அப்பொழுதெல்லாம் அதிகாரிகளே வேலை வழங்கி விட முடியும். அவன் வாழ்க்கையில் நிறையத் தொலைப்பதற்கு இதுவே முதல் தொலைதலாக இருந்தது.

இந்தத் தொலைதல் ஒரு கதை போன்ற சம்பவமாக நின்று எனக்கு இந்தக் கவிதையை மிக நெருக்கமாக்கியது. அப்படிக் கதையல்லாத வாசகனுடைய ஏதோ உணர்வு ரீதியான ஒரு தொலைதல் கூட கவிஞனுடன் அவனை நெருக்கமாக்கிக் கவிதையை முழுமையாக்கும்.

The first thing to understand about poetry is that it comes to you from outside you, in books or in words, but that for it to live, something from within you must come to it and meet it and complete it. Your response with your own mind and body and memory and emotions gives a poem its ability to work its magic; if you give to it, it will give to you, and give plenty.

என்று - James Dicky சொல்கிறார். வாசக அனுபவமும் கவிஞனின் அனுபவமும் சந்திக்கிற ஒரு புள்ளியிலேயே கவிதை முழுமை பெறுகிறது.

பிள்ளைகள் ரயில் போல

நகர்ந்து சென்று விட்ட

விழியிழந்தவர்கள்.

ஊதுவத்தி வாசனை விரல்கள்

இன்னும் தடவிக் கொண்டே இருக்கின்றன

என் அறைச் சுவர்களை

இது போல ஒரு குட்டி நாடகம் எல்லார் வாழ்விலும் அரங்கேறி இருக்கும் கவிஞனின் முன்பும் அது நிகழ்ந்திருக்கிறது. அது வாசகனின் மன மேடையில் மறுமுறை நிகழ்த்தப்படுகிறது அற்புதக் கவிவரிகளால். மிகவும் செறிவான அளவான வரிகளே இதன் சிறப்பு. இது ரவி உதயனுக்கு வாய்த்திருப்பதை ஏற்கெனவே வந்துள்ள தொகுப்புகள் மூலமும் அறிவேன். இதிலும் அவர் தவறவில்லை.

ஒரு பறக்கும் முத்தம்

இருவரை மட்டும்

வானம் வரை உயர்த்துகிறது.

என்று ஒரு கவிதை. இருவருக்கிடையேயான மென் உறவினால் ஒரு காற்று முத்தம் வழங்குவதன் மூலம் இருவரும் இலகுவாகி வானம் வரை பறக்கிறார்கள். இங்கே இரண்டு உறவுகளுக்கிடையே உள்ள காற்று வெளி அப்படியே கண் முன் விரிகிறது அதில் சிறகாகி நம்மைப் பறக்க வைக்கிறது கவிதை.

சில கவிதைகளை அவை நன்றாகவே இருந்தாலும் இன்னும் நுணுக்கமாகச் செய்திருக்கலாமே என்றும் தோன்ற வைக்கிறார்.

வாங்கி வந்த

மண் பொம்மையில்

இருந்தன

வனைந்த விரல்களின்

பசித்த ரேகைகள்

என்ற கவிதையில் பசி எரித்த ரேகைகள் என்று எனக்குத் திருத்தத் தோன்றுகிறது. மண் பொம்மை என்பதை விட பாத்திரம் என்றிருந்தால் பசி இன்னும் தீயாய் எரித்திருக்கும் வாசகனை. மேலும் பொம்மையை அச்செடுப்பதுதான் வழக்கம். பானையைத்தான் வனைவார்கள் என்று நினைக்கிறேன்.

சின்னஞ்சிறு

மருதாணிச் செடிதான்

எத்தனை உள்ளங்கைகளில்

மலர்த்துகிறது அறிவாயா ? -

என்ற கவிதையில் எதை என்று வாசகனுக்கு எழும் கேள்விக்கு விடையைச் சேர்த்தே தந்திருக்கலாம். இது போன்ற சின்னச் சின்ன திருத்தங்கள் சொல்லத் தோன்றுவது அவர் கவிதைகள் மேல் உள்ள உயரிய அன்பினால்தான்.

மற்ற படி குற்றம் குறை சொல்ல முடியாத பல அப்பழுக்கற்ற கவிதைகளை நிறையவே தன் முந்தைய தொகுப்புகள் போலவே இந்தத் தொகுப்பிலும் தந்திருக்கிறார் ரவி.

அவை அவரை அதனால் தேர்ந்த கவிஞர்கள் வரிசையில் வைக்கிறது. மிகச்சிறந்த கவிதையொன்று இதற்கு உதாரணம்.

தேநீரை

அருந்தி முடிப்பதற்குள்

எடுத்த முடிவு

அதனால் தான்

மரணத்தின் மீது இவ்வளவு

வெது வெதுப்பு

வெதுவெதுப்பு நீங்காத பல கவிதைகளைக் கொண்டுள்ள இத்தொகுப்பும், தமிழ்க்கவிப் பரப்பில் ரவி உதயனின் இடத்தை மீண்டும் உறுதி செய்கிறது.

அன்பான வாழ்த்துகள் ரவி

என்றும் உங்கள்

கலாப்ரியா

கற்றுக் கொண்டது

சுடரிடம் நான்
கற்றுக் கொண்டது
அணையும் வரை தனது நடனத்தை
வசீகரத்தில் வைத்து கொள்வது.
மெழுகுவர்த்தியிடம்
கற்றது
அணைகிற வரை
சுடரின் நடனத்திற்கு
உருகுவது.

காகிதப் பறவை

முதலில் அலகு
பிறகு கழுத்து
அதன்பிறகு சிறகு
வரைந்த சிறகுகள்
பொருந்தவேயில்லை பறவைக்கு

காகிதத்தைக் கசக்கி
எறிகிறேன்
காற்றில் உருண்டு தத்துகின்றது.
பொருந்தாத சிறகோடு
வரைந்து முடிக்காத பறவை

பாவனை

இன்னும் பேசிப்பழகவில்லை
பெயரும் தெரியவில்லை
நட்சத்திரங்கள் கண்களில்
மின்ன மின்ன
தனக்கு வேண்டுமெனக்
கேட்கிறது குழந்தை.

இரையின் ருசி

பூனை எலியைப்
பிடிப்பதற்கு முன்
பூச்சியைப் பல்லி
தின்பதற்கு முன்
புலி மானை
அடிப்பதற்கு முன்
பாம்பு இரையை
விழுங்குவதற்கு முன்
பெண்ணைப்
புணர்வதற்கு முன்
அத்தனை முகங்களிலும்
அப்படியொரு அமைதி
அத்தனை சாந்தம்
அவ்வளவு நிதானம்.

நனைகின்றன

மழையில் நனைகின்றன
அசைகின்றன சிகப்புமலர்கள்
பச்சையிலைகள்
காயம் பட்டு
குருதி பெருக்குவதுபோல
மழையில் நனைந்து அசைகின்றன
சிகப்பு மலர்கள்

அவள்

அவள்
சாதாரணமானவள்
எளிமையானவள்
கணங்களுக்கு விலை சொல்பவள்
வெகுமதி போன்றவள்
தேர்ந்து கொண்ட காதலில்
களிப்பவள்
மிருதுவானவள்
நீராலானவள்
மேலும்
நம்மை மெதுவாக
துருவேறச் செய்பவள்!

தற்செயலாய் நிகழ்ந்தவை

தற்செயலாய் நிகழ்ந்தது
வானம் பார்த்து
ஒரு புணர்ச்சி!
காற்றைக் கிழிக்கும்
பனங்கீற்றின் சத்தம்
புதை மேகத்தில்
சிறு கீற்றுநிலா.
தூர மினுங்கிய
நட்சத்திரங்கள்
மலை
மலை உச்சியில் சட்டென்று
வெடித்துச் சிதறிய எரிமலை
பிறகு
தழல் அடங்கி
உருகத் தொடங்கிய பனி
புற்களின் நுனிக்கு
மெதுவாக இறங்கிய
பனித்துளிகள்...

ஒரு மழைத்துளி

உள்ளங்கையில் விழுந்த
ஒரு மழைத்துளி
அதில் சிறு அலை
சில நீர்க்குமிழிகள்
தள்ளாடியவாறே...
ஒரு காகிதக் கப்பல்
நதி நகர்கிறது ஓசையின்றி...
கைகளைப் பற்றிக் கொண்ட
இத்துளியை நான்
எப்படித் துடைப்பது?

100 மீட்டர் ஓட்டப்பந்தயம்

மைதான இரைச்சல்கள்
பிறகு அதீத அமைதி
ஒரு வெடிச் சத்தம்
இடை நொடியில் நான்
கண்டதெல்லாம்
குதிரைப் பாய்ச்சல்
மேலும்
ஆரவாரங்களுக்கிடையே
இரு கரங்களை உயர்த்தியவாறே
மினு மினுக்கும்
ஒரு நட்சத்திரம்

நீ பார்க்கும் கண்ணாடிகள்

எதையும்
சொல்ல முயற்சிக்காது
சப்தமின்றி
உடைவது எப்படி
யென்று
கற்றுத் தந்து கொண்டிருக்கிறாய்
என் கண்ணாடிகளுக்கு

கண்ணாடிச் சிறகுகள்

கண்ணாடியைக் கரைத்து
செய்த பறவை பொம்மை.
அதனுள்ளே
ஈரமிருக்கிறது
வசீகர நீர்வண்ணமிருக்கிறது
எடுத்துப் பார்க்கிற
கரங்களுக்குள்
அடக்கமாக இருந்து கொள்கிறது.
கவனக்குறைவின்
கரங்களுக்குப் பயந்து
அதன்
கண்ணாடிச் சிறகுகள்
படபடக்கின்றன
நிசப்தமாக

வரைந்து முடித்த சித்திரம்

எனது நிர்வாணத்தை
வரைந்தவன்
என்னைப் புணர்ந்திருந்தான்!

மூழ்குபவளை
மீட்டெடுக்கிற பாவனையில்
முங்கி முங்கித் தூரிகையில்
வர்ணங்களின் பிரளயத்தை
என் யோனிக்கு
மொழி பெயர்த்தவாறே...

சோரம் போன அங்கங்களை
வடித்தெடுக்கும் சிற்பியின்
சிருஷ்டிப் புன்னகையுடன்
வரைந்து முடித்தான்

புத்தம் புதிய
நாணங்கெட்ட
சித்திரம் நான்.

வேர்களின் நேரம்

வேரோடு சாய்ந்து
சரிந்த மரத்தின்
விவரமறியாது
கிளையில் ஒரு மொட்டு
மலர்கிறது
மெதுவாக
சப்தமின்றி.

அறுத்து அடுக்கப்படுவதற்கு முன்
மலர்ந்து
உதிர்ந்துவிட வேண்டுமென
விரும்புகிறது
அதன் வேர்கள்

நிலவைக் களவாடுவதற்குள்
வந்து விட்டார்கள்.
நட்சத்திரங்களோடு
வீடு திரும்புகிறேன்.

விருப்பத்திற்குரிய
காயத்திலிருந்து
குருதி கசிவதில்லை.

இரவை
பகலாக்க வந்தவள்
தன்னை மேலும் உடைகளால்
அலங்கரித்துக் கொள்கிறாள்
பகலை இரவாக பாவிப்பவன்
எண்ணற்ற கரங்களால் அவள்
உடை களைகிறான்.

மூழ்கி விட்டான் என்றார்கள்
அவன்
மீனாகியிருந்தான்.

ஆதியில் முத்தமிருந்தது
அது
உன் உதடுகளிலிருந்தது.

கடல் நோக்கி
இரு தேநீர்க் கோப்பைகளை
நகர்த்திய போது கடல்
கூடுதலாக
பொங்கிற்று!

சரியான முகவரியை
நீங்கள் சொல்லியிருந்தால்
அந்த வீட்டை
நான் தொலைத்திருக்க மாட்டேன்.

குழந்தைகள் வளர்கிறார்கள்
சிறு குத்துச் செடிபோல
தத்தளிக்கும் இலைகளோடு
திமிரும் மலர்களோடு
தாங்க இயலாக் கனிகளோடு
பெரும் புதிரான வேர்களோடு.

அருகாமை மலரோடு
தனித்திருப்பவரின் இரவு
சுகந்தத்தால் நிரம்பியது?

அவளுக்கு
நிலா என்று பெயர்
நீங்கள் ஏன்
தெருக்களில் தேடுகிறீர்கள்?

உள்ளங்கைகளில் விழுகிற
சில கண்ணீர்த் துளிகள்
கைகளைக் கடலாக்கி விடுகின்றன

கண நேரந்தான்
அதற்குள்
நீ தான் செய்தாக வேண்டும்
ஒரு சிப்பியை
லாகவாமாகத் திறந்து
முத்தெடுப்பதை.

துல்லியமாக
வரைந்து கொண்டேன்
இனி காயங்களின்றி
கத்தரிக்க வேண்டும் சிலரை.

வனம் எரிகிற போது
வெட்டிவந்தேன்
இன்று புல்லாங்குழலாக்கி
ஊதுகிறேன்
பற்றிக் கொண்டு எரிகிறது இசை

அரிந்த மீனுக்குள் நீங்கள்
மாமிசத்தை பார்க்கிறீர்கள்
குழந்தைகள் கடலைத்
தேடுகிறார்கள்.

வயசு ஆயிடிச்சு..
என்ன இருக்கிறது? என்னிடம்
என்று நகைத்துக் கொண்டே
கரங்களை விரித்தாள் மூதாட்டி
உள்ளங்கைகள் நிறைய அன்பின்
வேர்கள் இருந்தன.

நீ நகர்கிறாய்
என்னையும் இழுத்து
நகர்த்துகிறாய்
காதல் கடிகாரத்தில்
பெரிய முள்ளின் பின்னே
சிறிய முள் சுற்றுவது
ஒரு நாளின் ஓரம்சம்.

ஒரு கதவு தான்
சாத்தினால் வீடு
திறந்தால் வெளி.

சிறகு முளைத்த எறும்புகள்
எறும்புகளின் தேவதைகள்.

முகம் கழுவும்போது
பழைய முகங்கள்
நழுவி விழுகின்றன.

ருசியோடு சமைக்கிற
நாட்களில்
பசியோடு
படுக்க நேர்கிறது
அம்மாக்களுக்கு

பூவைக்கண்ணுறும்
போதே
அதன் ஞாபக வாசனையை
நுகர்ந்து விடுகிறோம்!
ஓர் நாள் வாழ்வு
அதிலும் எழுந்து
பறந்து காண்பிக்கின்றன
ஈசல்கள்

அவள் வாசனை வழியாக
பூக்களை அடைந்து விடுபவள்.

சட்டென மரமாக நின்றுவிடுகிற
உங்களுக்கு
கரங்களை விரித்து
ஏன் பறவையாக முடிவதில்லை?

இறந்த பிறகு
அப்பறவையின் விரல்களிலிருந்த
வானத்தை யாராலும்
விடுவிக்க இயலவில்லை.

கடைசியாக தன்
தலையுயர்த்தி நோக்கினான்
தன் நெஞ்சு துளைத்த
அம்பின் நீளம்
எவ்வளவென்று அறிவதற்கு.
சற்று நிதானித்திருக்கலாம் அம்பு

பாதியில்
நின்று கொண்டிருக்கிறேன்
வழிஅறியாது...
சட்டென்று நினைவில் அடைந்திருந்த
உனது வீட்டை.

ஒரு முறை தான்
பேசும்
ஊமைக் கண்ணாடி
பிறகு உடைந்து விடும்.

பிள்ளை ரயில் போல
நகர்ந்து சென்று விட்டார்கள்
ஊதுவத்தி விற்ற
விழியிழந்தவர்கள்.
வாசனை விரல்கள்
தடவிக் கொண்டேயிருக்கின்றன
இன்னும்
எனது அறைச் சுவர்களை.

வாசித்தபடியே செல்கிறார்
இரும்புத் தண்டவாள ஒலி
ஒருகணம் மிருதுவாகி
ரயில் பெட்டிகள்
புல்லாங் குழலிசையில்
நகர்கின்றன.

வரைந்து முடிக்கும்வரை
பார்த்துக் கொண்டேயிருந்த
குழந்தைகளின் விழிகளில்
ஆயிரம் சித்திரங்கள்!

அம்மணமாய்
கட்டிப் புரண்டதில்
வந்திராத வெட்கம்
ஆடைகளைக் களைகிற போது
வந்து விடுகிறது.!

கனவில் வந்தவர்
நேரில் வந்திருந்தார்
கனவைப் போலவே
பார்த்துக் கொண்டிருந்தேன்.

உங்களது கவிதையில்
கடைசி வரிக்கு
ஆளைச் சுழற்றியடிக்கும்
முதலைவால் முளைத்திருந்தது.

உன்னைப் பிடிக்கும்.
இசைத்தப் பிறகு
வாத்தியங்களுக்கு
நன்றி சொல்கிறவன் நீ.

கண்ணீர் சிந்தும் போது தான்
தெரிகிறது
இத்தனை நாட்கள்
எத்தனைத் துளிகளை சேமித்திருக்கிறோமென்று.

சொல்வதற்கு ஆயிரமுண்டு
குழந்தைகளுக்கு நம்மிடத்தில்
இருந்தும்
தம் மொழியறிந்த
பொம்மைகளிடமே
அவை முறையிடுகின்றன.

உன் உடலை
முத்தங்களில் வாசிக்கையில்
எத்தனை முற்றுப்புள்ளி மச்சங்கள்.

கடல் தொடங்குகிற இடம்
தெரியவில்லை
அலைகள் முடிகிற இடம்
காலடியில்.

நிர்கதியில்
நிற்கிற என்னை
தேற்றும் நின் மொழி
பெருங் கருணை.
சற்றைக்கு ஒருமுறை
சரசரவென்று
நகரும் பார்வை நம்பத்
தயங்கும் கூர்கத்தி.

நுனிக் காம்புகளில்
அமர்ந்திருந்த பட்டாம் பூச்சிகள்
அவசர கவனிப்பில்
சட்டென
மலர்களாகி விடுகின்றன.

இதழ்களை
உபசரிக்கத் தெரிந்தவனே
முத்தங்களின் உபாசகன்

உடைத்த
கோப்பைகளை
ஒட்ட வைக்கவே
இன்னொரு முறை
குடிக்கிறேன் என்கிறான்.

தெரு விளிம்புகளில்
நீ விட்டுச் செல்லும்
நினைவின் குட்டிகள்
வீடு திரும்பும் எனது கால்களை
கட்டிக் கொள்கின்றன.

பெருங் கனவுகள்
இருந்தன...
அவை
சிறு சிறு தூக்கங்களால்
தொலைந்து போயின

நீங்கள் யாருக்கும்
வேண்டாமென்று
எறிந்த பொம்மைகள்
நிராதரவாக
இந் நகரத்தில்
தங்கள் குழந்தைகளைத் தேடி
அலைகின்றன.

தாமதமாக
வீடு திரும்புகிறவர்கள்
கதை சொல்லிகளாக
மாறி விடுகிறார்கள்.

துயரத்தில் விரைகிற
கால்களுக்கு
எங்கு செல்வதென்றே தெரிவதில்லை

மீன்கள் மேலெழும்பி
மிதக்கிற போது தான்
கடலின்
மரணத்தை உணர்ந்தோம்.

துயருறச் செய்கிறது
ஒரு பறவை வீழ்ந்த
கதையை
அதன் இறகுகளால் எழுதுவது.

ஒரு பறக்கும் முத்தம்
இருவரை மட்டும்
வானம் வரைக்கும் உயர்த்துகிறது.

நதி போல காமம்
அதன் மீது
உதிர்ந்த இலை போல
ஒரு முத்தத்தை மிதக்க விடுகிறேன்
முதலில் தத்தளித்த முத்தம்
பிறகு
படகாய் பயணிக்கிறது.

வெகு நாட்களாக
எனக்குத் தெரியும்
மனநலம் குன்றிய
அவரின் கைகளிலிருக்கிற
அந்தக் குழந்தை பொம்மை
மிகப் பத்திரமாக இருக்கிறதென்பது.

மீன் செவில்களை
களைகிற போது
நீங்கள் கேட்டிருக்க வேண்டும்
அலைகளின் பரிதவிப்பை

மழைக்கு எங்கு ஒதுங்கினாய்
என்று தானே கேட்கிறீர்கள்?
நான் துளியாகி இருந்தேன்.

நேற்றிரவு
நிலா உறங்கிய மலரில்
இன்று
பிறையளவு சிறு இதழ்
உதிர்கிறது.

ஆற்றைக் கடக்கும் போது
தோன்றிய வரி
வழியெல்லாம்
துள்ளுகிறது மீனாய்.

கதவுதிறந்து
முந்தானை சரிய விடுகிறாய்
படுக்கையில் இன்னும்
மலரா மொக்குகள்
வாசனை அறையை நிரப்பி
என்னையும் அசைக்கின்றது .
மலர்கிறேன் உன்னில்
உதிர்வதற்கு.

முள் வேலி மீதசைகின்றன
யாரும் பறிக்க இயலா
சேலைப்பூக்கள்

சிறகு புத்தகத்தை
திறந்து பார்க்கிறேன்
இறகின் பக்கமெல்லாம்
நீல வானம்!

சொந்த வீட்டை விற்று பிழைக்கிறவன்
ஞாபக மறதியில் ஒருநாள்
பழக்கத் தெருவில்
விற்ற வீடு வரை வந்து விட்டு
திரும்பச் செல்கிறான்
அந்தரங்கமாய் மனமுடைந்து...

பார்வையற்ற சிறுமி
வரைந்து கொண்டிருந்த
மயிலின் தோகையில்
ஆயிரம் கண்கள்!

இருட்டில்
நானிழுத்து
வளைத்து
சேர்த்து
வளையுடைத்த
கண்ணாடி முத்தங்கள்.

இன்று பறவைகள்
வருமெனக் காத்திருந்த
வானத்தில்
ஒரு நட்சத்திரம் மட்டும்
பறந்தது!

நேர் கோட்டிற்கு
நெருக்கடி வரும் போது
வளைகோடாகி விடுகிறது.

வழியனுப்பி வைக்கிறேன்
கோப்பைகளைக் கவிழ்த்து
மதுவை,
கங்கை அணைத்து
சிகரெட்டுக்களை,
தூரிகைகளைக் கழுவி
வெற்றுத் தாளினை,
கண்ணீர் துளிகளைத் துடைத்து
உனது தூயமுகத்தை,
பிறகு
மூச்சை நிறுத்தி
எனது உயிரை.

இதழ்கள் ஒற்றி
நீ அனுப்பிய கடிதம்
முத்தங்களோடு
எனை வாசிக்கிறது.

விழி விரிய
வியந்து வியந்து பார்க்கிறாய்
சட்டென்று
விரிந்த விழிகளிலிருந்து
கருப்பு வெள்ளை கலந்த
மீன்கள் ரெண்டு
குதிக்கிறது
மீன் தொட்டிக்கு

வாங்கி வந்த
மண் பொம்மையில்
இருந்தன
வனைந்த விரல்களின்
பசித்த ரேகைகள்.

நீள் பயணம்
முடிந்து இறங்கி நடக்கிற
பயணிகள் உடலுக்குள்
சிறிது தூரம்
ஓடி வருகிறது ரயில்!

நீ பிரிந்து சென்றதிலிருந்து
உனது புகைப்படத்தின் கதவு மட்டும்
திறந்திருக்கிறது!
நினைவுகள் வந்து
செல்லும் போதெல்லாம்...
கதவு
சீறிச்சென்று
புன்னைக்கின்றது.

இலை கொறித்து உண்ட
பிறகு
எஞ்சிய இலையில்
உறங்கிக் கொண்டது புழு
இறுதிவரை
இலைகள் புழுவை என்ன
செய்ததென்று தெரியவில்லை.

தொடும் தூரத்து
மலர் நீ
விரல்கள் என்னவோ
புற்கள் மேய்கின்றன

பூனையின் மியாவ் இசை
அறை முழுவதும் நிரம்புகிறது
அதன் இசைக்கு மயங்கி
எங்கோ
ஒரு குவளைப் பால்
பொங்கி வழிகின்றது

காதலைச் சொன்ன இடம்
கடற்கரை
அலைகள் வந்து வந்து
செல்கின்றன கடலுக்கு
முடிவைச் சொல்லாமலே?

சுயதனிமை

வெவ்வேறு இடங்களில்
வெவ்வேறு கோணங்களில்
புணர்ந்து கொண்டிருந்தார்கள்
கடற்கரையில்
நீச்சல் குளத்தில்
கரும்புத் தோட்டத்தில்
பனிப்பிரதேசத்தில்
பாலைவன மணலில்...
குளியலறையில்
படுக்கையறையில்...
அதைப் பார்த்துக் கொண்டிருந்த
இவன் மட்டும்
கண்ணாடி முன்
தன்னைத்தானே
புணர்ந்து கொண்டிருந்தான்.

தந்திக் கம்பி வரிசையில்
கருங்குயில்கள் அமர்ந்திருகின்றன
பாடலை முழுவதும் இசைப்பதற்குள்
கம்பிகள் அதிர
இசைக் குறியீடுகள் அனைத்தும்
எழுந்து பறக்கின்றன.

பசி தினமும்
அலைந்து,திரிந்து விட்டு
திரும்பவும்
வயிற்றுக்கே
வந்து சேர்ந்து விடுகிறது.

கடக்க இயலவில்லை

விரைந்து உறங்கவேண்டி
குழந்தைகளுக்கு
சொன்ன கதையில்
இன்று சாகஸங்களில்லை.

இவ் விரவை
எதிர் கொள்ளும்
ஏக்கப் படகிற்கு
கடக்க இயலவில்லை
காமக் கடலை.

வீட்டு வேலைகள்
ஓய்ந்து படுக்கையில்
விழும் உடலை
அனுமதியின்றி
வன் முறையில்
திறந்தணைக்கிறேன்.

ரவி உதயன்

உதிரும் வியர்வைத் துளிகளூடே
கண்ணீர்த் துளிகளும்.
இன்றும் இமைக்காத
விழிகளை
எதிர்கொள்ள நேர்கிறது எனக்கு

ஆதி புணர்வை நினைந்து
மீண்டும் ஓர்
அவசர சமர் நடத்தி
சரிகிறது
எனது கையிருப்பின் காமம்.

ஒரு காலத்தில்
என்ற சொல்லை
தத்தாவிடமிருந்து பத்திரமாக எடுத்து
வைத்துக்கொள்கிறது குழந்தை

கண்டறியப் பட்டது
உண்மை தான்
இருப்பினும்
நீங்கள் பார்த்தது
சாவித்துளை வழியாக.

கண்ணாடியின் இசையை
உடைகிறபோது தான்
கேட்க இயலும்

பறவைகள் வந்தமர்ந்து
அதிர்கிற கிளைகளிலிருந்து
உதிக்கிற மலர்களுக்கு
அத்தனை விசேஷம்
அவை பறந்து
தரையிறங்குகின்றன

நேசித்தவரை
மறந்து விடுவது என்பது
இன்னொருவரை
நேசிப்பதற்கான ஒத்திகை

சின்னஞ் சிறு
மருதாணி செடி தான்
எத்தனை உள்ளங்கைகளை
மலர்த்தியிருக்கிறது தெரியுமா?

நிலவு தெளிவாக
தெரிகிறது
பார்கிறவனுக்குத்தான்
பைத்தியம் பிடித்துக் கொள்கிறது.

எனது ரகசியங்களை
நான் திறந்து பார்ப்பதற்குள்
அதிலிருந்து
அவசரமாக யாரோ
வெளியேறுகிறார்கள்!

நிலவு தான்
சுற்றிச் சுற்றி வரவேண்டும்
குழந்தைகள் உண்கிற வரைக்கும்

பார்வைப் பரிவர்த்தனைகள்
சைகை சமிக்ஞைகள்
நொடியில் எழுந்து
பறக்கின்றன இரு முத்தப் பறவைகள்.
நிறுத்தத்தில்
நழுவ விட்டுக் கொண்டிருக்கிறேன்
அல்லது
நிற்காது சென்று விடுகின்றன
எனக்கான பேருந்துகள்.

வேண்டுமானால்
நீ சென்று வா.
இந்தப் பூ பூக்கிற வரை...
இருந்தாக வேண்டும் நான்
இப்பூங்காவில்.

மல்லிகைச் சரங்களை
தாமரைத் தண்டு கைகள்
முழமிட்டுத் தருகின்றன.

குருதி படிந்திருந்தது
குறுவாளில் தான்
வெட்டுண்ட தலையில்
புன்னகை அரும்பியிருந்தது.

கல் எறிந்தவர்கள்
சட்டென
உதிர்கிற கண்ணாடியில்
காணாமல் போனார்கள்!

தேநீரை
அருந்தி முடிப்பதற்குள்
எடுத்தமுடிவு
அதனால் தான்
மரணத்தின் மீது இவ்வளவு
வெது வெதுப்பு.

சரணடைந்த இரவு
நிலை கொள்ளக் காமம்
நுனி எரியும்
திரிகளின் ஓசை
மூச்சிரைக்கும் குரல்
போலக்கேட்கின்றன.

துளிப்பெரும் கருணை
மழை.

நீரில் எழுதுகிறேன்
மீன்களுக்கான
காதல் கடிதங்களை.

சிறு புன்னகையை
உன் உதட்டிற்குத் தருவதற்கு
எவ்வளவு கண்ணீரை
கடந்து வர வேண்டியிருக்கிறது.

தன் வீட்டை
அலகில் கவ்வி
என் வீடு நோக்கி
பறந்து வருகிறது
நம்பிக்கையோடு ஒரு பறவை

அவனை ஏன் விட்டு வைக்கிறீர்கள்
அவனை
அவனே கொல்லக் கூடியவன்.

கூண்டில்
பட படக்கிற பறவைகளுக்கு
நீல வானமென்பது
படிமமே!

வெறியோடு
வன்முறையில்
உடைகளைந்து
நீ என்னிடம் கண்டதெல்லாம்
வெறும் உறுப்பு.

உறைபோல
இமைகள்
குறுவாள் விழிகள்
அடிக்கடி கொன்று திரும்புகின்றன.

ஒவ்வொரு படியாய்
அகலேற்றி வந்தவள்
கடைசியில்
குளத்து நிலவை
தன் புன்னகையால் நிரப்புகிறாள்!

ஒரு குழந்தை சிறுநீர் கழிக்க
நின்று
கிளம்புகிறது.
குழந்தைகளின் ரயில்...

சற்றே அணைத்துக் கொள்
சாவதற்கு முன்
முட்டிக் கொள்கிறேன்
உன் வெளிச்சத்தை.

நடுக் குளத்தில்
ஒற்றை மொக்குத் தாமரை
நமது காமம்.

பார்த்திருக்கிறேன்.
தன் புன்னகையின் வழியாக
உள் நுழைந்தவள்
என் கண்ணீரின் வழியாக
வெளியேறுவதை

மெழுகுவர்த்திகள் உருகப்
பிரார்த்தனைகள் செய்கிறான்
ஏதோ ஒரு சொட்டின் வழியாக
கடவுள் வெளியேறி விடுகிறார்.

சலவைக்காரர்
சட்டையில் ‘சிலுவைக் குறி‘
அடையாளம் இட்டிருந்தார்
அணிகிற போதெல்லாம்
நெஞ்சில்
சிலுவையைச் சுமக்கிற பாரம்.

அதன் மீது
॰ வத்திருந்த மலர் வளையத்தில்
அதற்குப் பிடித்த
மலரொன்று
பிண விரல்கள் மெல்ல நீண்டு
தடவிச் சரிகின்றது
மலாகளை.

வளர்க்க விரும்பித் தான்
வாங்கி வந்தோம்
அது விரும்பியதால்
அதை பறக்க
விட்டு விட்டோம்.

நுட்பமான
வேலைப்பாடுகள் நிறைந்தவை
சில புன்னகைகள்.

ஒரு பறவையை
வரைந்து கொண்டிருக்கிறேன்
கூடவே
கட்டுக்கடங்காத அதன் சிறகுகள்
வானத்தையும் வரையத் தூண்டுகின்றன.

உங்களது தேவை இறைச்சி
என்று தெரிந்திருந்தால்
சமாதானத்திற்கு
என் புறாவை
அனுப்பியிருக்க மாட்டேன்.

மலை விளிம்பிலிருந்து
குதித்த கணம் அவனுக்கு
தோன்றியது
தேநீரை அருந்தி விட்டு
குதித்திருக்கலாமென.
மலையடிவாரத் தேநீர்க் கடையில்
இன்றைக்கும் நீங்கள் காணலாம்
ஆவி பறக்கும் தேநீரோடு
ஒரு ஆவி அமர்ந்திருப்பதை.

பிராத்தனைகள்
சுயநலமிக்கவை
சிறகைத் துறந்து
ஓர்கணம்
பறவை
மீனைப் போல
நீந்துகிறது கடலுக்குள்

தாமரை மலர்
இதழ்களுக்கில்லை
தரை தொடுகிற
உதிர்தலின் வலி.

கண் தெரியாதவர் பாடுகிறார்
ஒருகவிதை எழுத வேண்டும்
நீ விளக்கை அணைத்து விட்டாய்
இரவில் மின்மினிகள்
பூவேலைப் பாடுகளை
தொடங்கி விட்டன.

துயில்கிற
மனைவியும் சிசுவும்
கடைசி முத்தத்தை
எந்தக் கன்னத்தில்
இடுவதென்று ஒரு கணம்
திகைக்கிறான்
தற்கொலை முயல்கிற தகப்பன்.

பதை பதைக்க
ஓடி வந்தாள்
அதற்குள்
பொங்கி விட்டது.

தனிமையில்
செல்கிறவன்
வழிகளை
துணையாக்கிக் கொள்கிறான்.

ஓயாத இரவுப் பூச்சிகளின்
சத்தம்
அல்லிகள் மலர்கின்றன
ஒரு நிலவு
அவைகளை ரகசியமாக நுகர்கிறது.

வரைந்த ஓவியம் போல
உறங்குகிறாள்
சப்தங்களை
கழுவிய தூரிகையைப் போல
எடுத்து வைக்கிறேன்.

சிலருக்கு
நாம் தேவைப் படுகிறோம்.
குருட்டு அதிர்ஷ்டத்தைப் போலவே.

சின்னஞ்சிறு மலர்
மலர்வதற்கு
இன்னும் சற்று
இளகக் கொடு
உனது பூமியை

நேற்று முழுவதும்
நீ இருந்து
நிறைத்ததை
இன்று உன்
பிரிவு வந்து அருந்துகிறது

சிறுத்தை கொன்றுவிடத்
தீர்மானித்த
கணத்தில் தான்
அச் சிறுத்தைக்கு
அச் சிறுவன்
பசும்புல்லை தின்ன
நீட்டிக் கொண்டிருந்தான்.

பறவையென்பது.
இறகுகளால்
செய்த கவிதை.

எனது காயத்திலிருந்து
சொட்டுகிறது குருதி
அதை காணுமுனக்கு
வியர்வை சொட்டுகிறது
கண்ணீர் சொட்டுகிறது
கூடவே
நீயும் சொட்டுகிறாய்.

பூவின் மீதான காதலை
எப்படி தெரிவிப்பேன்
ஒரு பட்டாம் பூச்சியின்
நிழலை
பூக்களின் மீது
படர விடுகிறேன்.

தன்னில்
விழுந்ததை
மறந்ததில்லை
மண்ணும், பெண்ணும்

கடைசி மீனும்
பிடிபட்ட பிறகு
அக்குளம்
வற்றிப் போனது

பூக்குழியில்
சிசுவை இறக்குகையில்
அந்நிலவு
நொறுங்கிற்று.

எழுதி
நின்று போயிருந்த
விரலிடுக்கில்
நீல நிற சிறுமலர் மலர்ந்திருந்தது
எழுத நினைத்திருந்த
கவிதை போல

தீண்டுவதற்கில்லை
முழுக்கக் கண்ணாடிச் சில்லுகள்
வானவில் முளைத்திருந்தது
உனது மதிற் சுவர் வரை.

என் முத்தங்கள்
உன் இதழ்களின் முன்
சிறியதாகி விடுகின்றன.